"ਮੇਰੇ ਮਗਰ ਆਓ!" ਉਸ ਨੇ ਗਾਣਾ ਸ਼ੁਰੂ ਕੀਤਾ ।

"Follow me!" he sang.

ਪਰ ਮਈ ਲਿੰਗ ਆਪਣੀ ਡਰਿੰਕ ਖਤਮ ਕਰਨਾ ਚਾਹੁੰਦੀ ਸੀ ।
ਇਹ ਠੰਡੀ ਸੀ ।
ਇਹ ਸੁਆਦੀ ਸੀ ।
ਅਤੇ ਉਹ ਸਾਰੀ ਹੀ ਪੀ ਗਈ!

But Mei Ling wanted to finish her drink.
It was cool
It was yummy
And she drank every last drop!

ਪਰ ਜਦੋਂ ਉਸ ਨੇ ਆਪਣੀ ਡਰਿੰਕ ਮੁਕਾਈ
ਉਹ ਸਿਰਫ ਇਹ ਹੀ ਕਹਿ ਸਕੀ …"ਹਿੱਕਕ!"

But when she'd finished
All she could say was … "Hicc!"

ਅਤੇ ਇਕ ਹੋਰ: "ਹਿੱਕਕ!"
ਅਤੇ ਇਕ ਹੋਰ: "ਹਿੱਕਕ!"

And another one came: "Hicc!"
And another: "Hicc!"

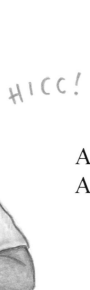

ਓਹ ਨਹੀਂ!

Oh no!

ਬੈੱਨ ਹੱਸਿਆ ।
ਮਈ ਲਿੰਗ ਵੀ ਹੱਸਣਾ ਚਾਹੁੰਦੀ ਸੀ
ਪਰ ਉਹ ਸਿਰਫ਼ ਇਹ ਹੀ ਕਹਿ ਸਕੀ ..."ਹਿੱਕਕ!"

Ben giggled.
Mei Ling wanted to laugh too
But all she could say was... "Hicc!"

"ਮੈਨੂੰ ਪਤਾ ਹੈ, ਮੈਨੂੰ ਪਤਾ ਹੈ!" ਬੈੱਨ ਨੇ ਕਿਹਾ ।
"ਮੇਰੀ ਮੰਮ ਕਹਿੰਦੀ ਹੈ ਕਿ ਤੁਹਾਨੂੰ ਇਸ ਤਰ੍ਹਾਂ
ਕਰਨਾ ਚਾਹੀਦਾ ਹੈ ...
ਅਤੇ ਪੰਜ ਤੀਕ ਗਿਣਤੀ ਕਰੋ ।"

"I know, I know!" said Ben.
"My mum says you have to do this...
and count to five."

So they both plugged their noses.
1 2 3 4 5 and ...
"HICC! Oh no!" said Mei Ling.

ਅਤੇ ਦੋਹਾਂ ਨੇ ਆਪਣੇ ਨੱਕ ਬੰਦ ਕਰ ਲਏ ।
੧ ੨ ੩ ੪ ੫ ਅਤੇ ...
"ਹਿੱਕਕ! ਓਹ ਨਹੀਂ!" ਮਈ ਲਿੰਗ ਨੇ ਕਿਹਾ ।

ਫਿਰ ਰੂਬੀ ਵਾਪਿਸ ਆਈ।
"ਮੈਨੂੰ ਪਤਾ ਹੈ, ਮੈਨੂੰ ਪਤਾ ਹੈ!" ਰੂਬੀ ਨੇ ਕਿਹਾ।
"ਮੇਰਾ ਡੈਡੀ ਕਹਿੰਦਾ ਹੈ ਕਿ ਤੁਹਾਨੂੰ ਇਸ ਤਰ੍ਹਾਂ
ਕਰਨਾ ਹੀ ਚਾਹੀਦਾ ਹੈ ..."

Then Ruby came back in.
"I know, I know!" said Ruby.
"My dad says you have to do this ..."

So everyone tried to look upside down.
1 2 3 4 5 and ...
"HICC! Oh no!" said Mei Ling.

ਇਸ ਤਰ੍ਹਾਂ ਹਰ ਇਕ ਨੇ ਉਲਟਾ ਵੇਖਣਾ ਸ਼ੁਰੂ ਕੀਤਾ ।
੧ ੨ ੩ ੪ ੫ ਅਤੇ ...
"ਹਿੱਕਕ ... ਓਹ ਨਹੀਂ!" ਮਈ
ਲਿੰਗ ਨੇ ਕਿਹਾ ।

ਫਿਰ ਲੀਓ ਵਾਪਿਸ ਆਇਆ ।
"ਮੈਨੂੰ ਪਤਾ ਹੈ, ਮੈਨੂੰ ਪਤਾ ਹੈ!" ਲੀਓ ਨੇ ਕਿਹਾ ।
"ਮੇਰਾ ਅੰਕਲ ਕਹਿੰਦਾ ਹੈ ਤੁਹਾਨੂੰ ਇਸ ਤਰ੍ਹਾਂ ਕਰਨਾ
ਹੀ ਚਾਹੀਦਾ ਹੈ ..."

Then Leo came back in.
"I know, I know!" said Leo.
"My uncle says you have to do this..."

ਇਸ ਤਰ੍ਹਾਂ ਹਰ ਇਕ ਨੇ ਕੱਪਾਂ ਵਿਚੋਂ ਉਲਟੇ ਪਾਸੇ
ਤੋਂ ਪਾਣੀ ਪੀਤਾ ।
੧ ੨ ੩ ੪ ੫ ਅਤੇ ...
"ਹਿੱਕਕ! ਓਹ ਨਹੀਂ!" ਮਈ ਲਿੰਗ ਨੇ ਕਿਹਾ ।

So everyone drank water from the other side
of their cups.
1   2   3   4   5   and ...
"HICC! Oh no!" said Mei Ling.

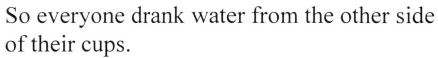

ਫਿਰ ਸਾਹਿਲ ਵਾਪਿਸ ਆਇਆ ।
"ਮੈਨੂੰ ਪਤਾ ਹੈ, ਮੈਨੂੰ ਪਤਾ ਹੈ!" ਸਾਹਿਲ ਨੇ ਕਿਹਾ
"ਮੇਰੀ ਦਾਦੀ ਕਹਿੰਦੀ ਹੈ ਕਿ ਤੁਹਾਨੂੰ ਇਸ ਤਰ੍ਹਾਂ
ਕਰਨਾ ਹੀ ਚਾਹੀਦਾ ਹੈ ..."

Then Sahil came back in.
"I know, I know!" said Sahil.
"My grandma says you have to do this..."

ਇਸ ਤਰ੍ਹਾਂ ਹਰ ਇਕ ਨੇ ਭੁਆਂਟਣੀ ਲਈ ।
੧ ੨ ੩ ੪ ੫ ਅਤੇ ...
"ਹਿੱਕਕ! ਓਹ ਨਹੀਂ!" ਮਈ ਲਿੰਗ ਨੇ ਕਿਹਾਂ ।

So everyone went spin spin spin.
1   2   3   4   5   and ...
"HICC! Oh no!" said Mei Ling.

ਫਿਰ ਸੋਫੀ ਵਾਪਿਸ ਆਈ ।
"ਮੈਨੂੰ ਪਤਾ ਹੈ, ਮੈਨੂੰ ਪਤਾ ਹੈ!" ਸੋਫੀ ਨੇ ਕਿਹਾ ।
"ਮੇਰੀ ਕਜ਼ਨ ਨੇ ਕਿਹਾ ਹੈ ਕਿ ਤੁਹਾਨੂੰ
ਇਸ ਤਰ੍ਹਾਂ ਕਰਨਾ ਹੀ ਚਾਹੀਦਾ ਹੈ ..."

Then Sophie came back in.
"I know, I know!" said Sophie.
"My cousin says you have to do this..."

ਇਸ ਤਰ੍ਹਾਂ ਹਰ ਇਕ ਨੇ ਹਵਾ ਵਿਚ ਸਾਈਕਲਾਂ
ਚਲਾਉਣ ਵਾਲੇ ਐਕਸ਼ਨ ਕੀਤੇ ।
੧ ੨ ੩ ੪ ੫ ਅਤੇ ...
"ਹਿੱਕਕ! ਓਹ ਨਹੀਂ!" ਮਈ ਲਿੰਗ ਨੇ ਕਿਹਾ ।

So everyone did bicycles in the air.
1 2 3 4 5 and ...
"HICC! Oh no!" said Mei Ling.

ਪਰ ਫਿਰ ਉਸ ਨੇ ਆਪਣਾ ਗੁਬਾਰਾ ਵੇਖਿਆ ਅਤੇ ਉਸ ਨੂੰ ਖਿਆਲ ਆਇਆ ।
"ਮੈਨੂੰ ਪਤਾ ਹੈ," ਉਸ ਨੇ ਹੌਲੀ ਜਿਹੀ ਕਿਹਾ ।
"ਮਈ ਲਿੰਗ!" ਉਸ ਦੇ ਸਾਰੇ ਮਿਤਰਾਂ ਨੇ ਕਿਹਾ ।

But then she saw her balloon and she had an idea.
"I know," she said slowly.
"Mei Ling!" shouted all her friends.

ਠਾਹ !
ਮਈ ਲਿੰਗ ਦਾ ਗੁਬਾਰਾ
ਪਾਟ ਗਿਆ ।

POP!
went Mei Ling's balloon.

"ਸ਼ੁਸ਼!" ਹਰ ਇਕ ਨੇ ਮਈ ਲਿੰਗ ਦੀ ਹਿੱਚਕੀ ਧਿਆਨ ਨਾਲ ਸੁਣੀ ।

"Shhhhh!" Everyone listened carefully for Mei Ling's hiccups.

"ਚਲਾ ਗਿਆ?" ਮਈ ਲਿੰਗ ਨੇ ਬੜੀ ਹੌਲੀ ਪੁੱਛਿਆ ।

"Gone?" asked Mei Ling very quietly.

"ਚਲਾ ਗਿਆ!" ਹਰ ਇਕ ਕੇ ਕਿਹਾ ।

"Gone!" said everyone.

"ਹੁਰਰੇ!" ਹਰ ਇਕ ਨੇ ਚੀਖ ਕੇ ਕਿਹਾ।

"HURRAY!" shouted everyone.

ਪੌਪ!   ਪੌਪ!   ਪੌਪ!   ਪੌਪ!   ਪੌਪ!   ਅਤੇ ...

POP!   POP!   POP!   POP!   POP!   AND ...

"ਉਹ ਕੀ ਸੀ?" ਟੀਚਰ ਨੇ ਪੁੱਛਿਆ ।

"What was that?" asked the teacher.

"ਹਿੱਕਕ!" ਹਰ ਇਕ ਨੇ ਕਿਹਾ ।
"ਓਹ ਨਹੀਂ!" ਮਈ ਲਿੰਗ ਨੇ ਕਿਹਾ ।

"HICC!" said everyone.
"OH NO!" said Mei Ling.

For the children of Harry Roberts Nursery,
D.M.

For all the great children and staff of Soho Parish School,
and for Hilary, my lovely supportive mum, with love,
D.B.

First published 2000 by Mantra Publishing Ltd
5 Alexandra Grove, London N12 8NU
http://www.mantrapublishing.com

Text Copyright © 2000 David Mills
Dual Language Text Copyright © 2000 Mantra Publishing
Illustrations Copyright © 2000 Derek Brazell

Printed in Hong Kong